விரலிடைப்பிடிநடை

படிப்பகத்தான்

தேவதைக்கு...

பொருளடக்கம்

பொருளடக்கம்

பொருளடக்கம்

பொருளடக்கம்

முன்னுரை

ஆறு, கடல், மலை, மழையென இயற்கை சூழ
பிறப்பினினும், பணியின் காரணமாக பாலையில்
வசிப்பவன்.
காதலும், காதலாய் திரிந்த நாட்களும், பிரிவும்,
மீண்டும் காதல் முகம்பார்க்கத் துடிக்கும் ஏக்கமும்,
எங்கோ மூலையில் சிறிதாய்ஒட்டிக்கொண்ட
சமூகப்பார்வையும்
யாரிடமும் பெரிதாய் பகிரப்படாததால்,
மனதிற்குள்ளே அசைபோடப்பட்டுவேறுவழியின்றி
எழுத்துக்களாக,
கிறுக்கல்களாக உருப்பெற்றுவிட்டன.
என் எழுத்துக்களை கவிதைகளாகவும்,
என்னை எழுத்தாளனாகவும் கொண்டாடும்
எனதன்பின் உடனிருப்புகளுக்காக
இந்த இரண்டாவது
கவிதைதொகுப்பு "விரலிடைப்பிடிநடை".

-படிப்பகத்தான்

நன்றி

"முதல் தொகுப்பு இரண்டு விசயம் பண்ணும்.
ஒன்று முடக்கிப்போடும்,
இரண்டாவது அடுத்து எழுத தூண்டும்.
இரண்டாவது நடந்தேறட்டும்"
என வாழ்த்தி முடங்கவிடாமல் செய்த
எழுத்தாளர் அன்பின் நர்சிம் அவர்களுக்கு...

முகவுரை

"கவிஞனின் காதலிக்கு ஒரு போதும் மரணமில்லை" -
ஆம் படைப்பாளி எழுத்துக்களின் வழியே என்றும்
உயிர்த்திருப்பது போல் கவிஞனின் காதலியும் அவனது
கவிதைகளில் நீங்காது நிறையாது வாழ்கின்றாள்.
'நெல்லிக்கு பிறகான நீரின் தித்திப்பு போலானது' உன்
சிறு பிரிவும் அதன் பின்னான இணைவும் என்று
வர்ணிக்கும் கவிஞர், வாசிப்பவருக்கு அத்தித்திப்பை கடத்தி
நகர்கிறார்.
'நிலவற்ற இரவுகள் நிரந்தரமல்ல', போலவே
காதலில்லா கவியல்ல. சமூகப் பார்வையும் தன்னிலை
தோற்றமும் ஆங்காங்கே இருப்பினும் இந்நூல் முழுவதும்
காதல் காதல் காதல் மட்டுமே!
இறுதியாக, விரலிடையே இடைவெளியின்றி இறுக்கிப்
பிணைந்த கரங்களோடு, காதலோடு வாழ்க்கை பயணத்தை
தொடரும் காதலர்களுக்காக, அவர்களின்
காதலுக்காக..இவ் விரலிடைப்பிடிநடை

           - வினோதினி

அத்தியாயம் 1

உலக நியதிகளெலாம்
நமக்கெதற்கடி
நீ நான் எனும் சிற்றுலகில்
நமக்கேயுண்டான ரசனைகளுடன்
காதலாகி வாழ்வோம் வா...♥?

அத்தியாயம்2

உன் ரசனைகள்

நட்புவட்டம் பழக்கவழக்கம்

என எதிலும் ஒருபோதும் என்

தலையீடு இருக்கக்கூடாதென்பதில்

இன்னமும் தெளிவாயிருக்கிறேன்

அன்புக்குரியவன் என்பதனால்

உனதெல்லாம் எனதாகிவிடாது

என் மீதான உன் காதல் போலவே

எனது காதல் உனக்கானது

இறக்கை விரித்துப்பறக்கும்

உன் சுதந்திரத்திற்கானது...♥?

அத்தியாயம்3

இத்தனைக் குழப்பங்கள்

வெறுப்புகள் எதற்கடி சகி

விலகுபவர்கள் விடைபெறட்டுமே

யார் நினைப்புமின்றி உலகுமறந்து

உன்னை கொஞ்சம் கவனியேன்

உன்னை கொஞ்சம் காதலியேன்

ரசிக்கவும் மெய்மறக்கவும்

அத்தனை வைத்திருக்கிறாய் உன்னில்

இயலவில்லையெனில் ஒரு நாள்

ஓரே ஒரு நாள் நீ நானாகிவிடு

தேவதை காண்பாய்...♥?

அத்தியாயம் 4

ஊடல்களுக்கோ

ஊரார்க்கோ

உலகத்துக்கோ

பழையனபோல்

பயமொன்றுமில்லை

நின் காதலில் நான்

யானை நிழல்

படுத்துறங்கும் பாகன்...♥?

அத்தியாயம்5

பூப்போல மிதந்துவரும்
உதிர்ந்த இலையை
இழுத்துக் கசக்கி
சருகாக்கி வெளியேற்றும்
நடுக்காட்டு நீர்ச்சுழலெலென
உனதின்மையில் திரியுமென்னை
உன்மத்தம் பிடித்துச் சுழட்டுதடி...♥?

அத்தியாயம் 6

பச்சைநரம்பு பாய்ந்தோடும்
கணுக்காலில் உயிர்பெற்று
இவள் கழட்டிவைத்த
வெள்ளிக் கால்கொலுசின்
முத்துச்சிமிழ்களுக்கிடையில்
சிக்குண்டு மோட்சமடைந்த
பொன் பூனைமுடியென
இவள் காதலில் சிக்குண்டு
மாயவேண்டும்...♥?

அத்தியாயம் 7

கைதவறி சிதறவிட்ட
சிறு சோற்றுருண்டைக்காய்
குட்டுவாங்கிய குழந்தையை
சமாதான உடன்படிக்கையின்படி
கடற்கரையில் கொண்டுவந்து
கடல் காலாட நிறுத்தினாள்
குட்டிக்கைகள் குவித்து
குழந்தையள்ளிய கடல்நீரில்
சிறைபட்டு நிற்கிறது சூரியன்

அத்தியாயம்8

நடுநிசி துயிலெழுப்புவாள்
தலைகோதி தூங்கச்செய்வாள்
தனிமையில் சிரிக்கச்செய்வாள்
பிடித்தமான பாடலுக்கு
தேம்பித்தேம்பி அழச்செய்வாள்
அவ்வப்போது அசரீரி ஒலிப்பாள்
கனவுகளில் காதலிப்பாள்
கவிதைகளில் கரம்பிடிப்பாள்
கண்ணீரால் கழுத்தறுப்பாள்
ஒருபோதும் மரணமில்லை
ஆம்
கவிஞனின் காதலிக்கு
ஒருபோதும் மரனமில்லை...♥?

அத்தியாயம் 9

மது மாது

புகை புத்தகம்

காதல் காமம்

எதுவும் இல்லையெனில்

"நினைவுகள்" என

எல்லோருக்குள்ளும்

குணப்படுத்த இயலாத

நோயென்று ஒன்றுள்ளது...

அத்தியாயம்10

நெடுநாள் பிரிவை முறிக்க
நெடுந்தூரம் கடந்து வந்தேன்
இறுகவணைத்து இதழ்பதித்து
இரண்டொரு நாளில்
மீண்டுமாய் விலகிவிட்டேன்
முன்பிருந்த பிரிவே
போதுமெனுமளவிற்கு
இப்பொழுது உனதின்மையை
இன்னமும் உணரத்துவங்கிவிட்டேன்...♥?

அத்தியாயம்11

குறுஞ்செய்திகள்

உரையாடல்கள்

முகம்பார்த்தல்கள்

கட்டியணைத்தல்கள் என

எதிலும் அகப்படாத

எந்நிலையிலும் பகிரப்படாத

ஆகப்பெரும் ரகசியங்களை

கைப்பட கடிதமெழுதி

அஞ்சல் அனுப்பிவிடுகிறாள்

வெள்ளைக்காகிதமென்றாலும்

அவளழகுக்கன்னம் போல்

வெட்கிச் சிவந்துதானிருக்கின்றது...♥?

அத்தியாயம்12

அருவி குளிக்க

காலாற நடக்க

கடற்கரையில்

நிலா ரசிக்க

தூரப்பேருந்தில்

பயணப்படவென

பட்டியலிட்டுவைத்த

திட்டங்களனைத்தையும்

அருகாமை எனும்

ஆயுதம்கொண்டு

சுக்குநூறாக்கிவிட்டு

சுயநினைவு திரும்புவதற்குள்

சிறகடித்துவிட்டாள் சின்ட்ரல்லா ...❤?

வண்ண விளக்குகளால்
அலங்கரிக்கப்பட்டிருக்கிறது
கால்பந்து மைதானம்
குதித்துக் குதூகலிக்கிறது
இருகால்களும் குறைபாடுள்ள
முன்னிருக்கைக் குழந்தை
அணைத்தவாறே தேம்பித் தேம்பி
அழுதுகொண்டிருக்கிறாள் தாய்
இறக்கத்தைக் கடந்ததைக்கூட
அறியாமல் பயணப்பட்டுக்
கொண்டிருக்கிறேன் நான்
குழந்தைக்கு வண்ணவிளக்கு
தாய்க்கு மைதானம்
எனக்கு கண்ணீர்...

அத்தியாயம் 14

மொட்டைமாடி நிலவும்
குளிரிருள் இரவும்தான்
அழகென்றிருந்தேன்
பனித்துளி உதிரா
பிஞ்சு மலரிதழ்மேல்
வண்ணத்துப்பூச்சி நடனமும்
நேர்த்தியாய்க்கட்டிய
வண்ணப்புடவையில்
நின்னழகு நடையையும்
காணும்வரையில்...
வெளிர்பகலும் அழகுதான்...♥?

அத்தியாயம்15

அரசுப்பேருந்து

கல்லூரி வளாகம்

கோவில் திருவிழா என

அத்தனைக் கூட்டத்திலும்

முதுகு மூளைக்கு சமிக்ஞை

அனுப்பி திரும்பச்செய்கையில்

எங்காவது நின்று நம்மையே

ஊடுருவிக்கொண்டிருக்கும்

நாம் பிரியப்பட்ட கண்கள்

ஆம்

காதலில் பெரும்பாலும்

பொய் சொல்வதில்லை

இந்த முதுகுணர்வுகள்...♥?

அத்தியாயம்16

துளிநேர தாமதத்திற்கு

உன் உதட்டுச்சுழிப்பால்

சிறு மன்னிப்பளித்துவிடு

நெடுநாட்களுக்குப் பின்னான

முதல் பார்வையென்றோ

முதல் சந்திப்பென்றோ

வளைந்து நெளியாதே

உன் குறுகுறு கண்களை

எதிர்நோக்கும் துணிவு

எனக்கு துளியுமில்லை

சற்றே திரும்பி நில்

நின் பின்னங்கழுத்தை

சுவைத்து சமாதானம்

செய்துவிடுகிறேன்

அதுவரை

கொஞ்சம் பேசாதிரு...♥?

அத்தியாயம்17

துவட்டி முடித்த
அவள் ஈரக்கூந்தலில்
முகம்புதைத்தாற்போன்ற
ஒரு மந்தார மனநிலை
அடைமழை நனைத்த இந்த
ஈரத்தார்ச்சாலை பயணம்...♥?

அத்தியாயம்18

ஆளுயரத்தில் பாதி உயர
உருவங்காட்டிக் கண்ணாடியுடன்
இருசக்கரப் பின்னிருக்கையில்
தன்னைத்தானே ரசித்தபடி
பயணப்படுகிறாள் மங்கையொருத்தி
காற்றிலாடும் கூந்தல்
சிமிட்டும் கண்களென
முன்னழகையும் பின்னழகையும்
ஒருசேரக் காணக்கிடைப்பது
ஆர்ப்பரிக்கும் அருவி மேலும் கீழுமாய்
ஒருசேரக் கொட்டும் அதிசயம் போலுள்ளது...♥?

அத்தியாயம்19

நண்பர்கள்
உறவினர்கள்
உடனிருப்புகளென
யாருமறியா என்
ஆகப்பெரும் ரகசியத்தை
முதல் கிறுக்கலில்
கண்டுபிடித்துவிடுகின்றன
நான் புதிதாய் வாங்கும்
கறுப்புப்பேனாக்கள்...♥?

அத்தியாயம்20

பிரத்தியேக

காரணங்கள் ஏதுமற்ற

ஒரு மந்தமான மனநிலையை

அவள் வீட்டின்

சுற்றுச்சுவர் உள்ளிருந்து

கழுத்துநீட்டி வேடிக்கைபார்க்கும்

முன்பின் அறிமுகமில்லா

ஒற்றை மஞ்சள் பூ

சரிசெய்துவிடுகிறது...?

அத்தியாயம்21

பூப்பதும் உதிர்வதும்

உரமாதலும் மீண்டும்

உயிர்த்தெழுவதுமென

உன்னிலே சுழன்று

கொண்டிருக்கிறேன் ஓர்

மலரின் மறுஜென்மம்போல்..

நீரூற்றவும் கூந்தலேற்றவும்

எவருமில்லையெனினும்

தூறிக்கொண்டே இருக்கிறது

காதல்மழை...♥?

அத்தியாயம்22

நல் ஓவியம்

நல் கவிதை

அழகுப் புடவை

ஆர்ப்பரிக்கும் அருவி

என காண்பதனைத்திலும்

நீயே பொருந்திக்கொள்கிறாய்

இல்லையில்லை

நான் ரசிப்பதனைத்திலும்

உன்னைப் பொருத்திவிடுகிறேன்...♥?

அத்தியாயம்23

குளிர்மழை நின்றபின்
சிறகை சிதறியுலர்த்தும்
சின்னஞ்சிறு பறவைகளை
பக்குவமாய் புகைப்படக்கருவியில்
சிறைபிடிக்கிறான் சிறுவனொருவன்
பாதம்தழுவியோடும் மழைநீர்ப்பரப்பு
அவனை புகைப்படமெடுத்தவாறே
பக்குவமாய் பயணப்படுகிறது...♥?

அத்தியாயம்24

முப்பொழுதும் உடனிருப்பதில்
என்ன கிடைத்துவிடப்போகிறது
கோடைக்குப்பிறகான முதல்
மழையின் பேரானந்தம்போல்
நெல்லிக்குப்பிறகான நீரின்
தித்திப்பைப் போல்
சிறுபிரிவுக்குப் பிறகான
முதல் முத்தம்
பேரானந்தத்தித்திப்பு...♥?

அத்தியாயம்25

உணவை மிச்சமாக்குகையில்

பேருந்து நிலையத்தில் பசியால்

மயங்கிவிழுந்து இறந்த பெரியவரும்

எரிச்சலூட்டும் பக்கத்துவீட்டு

சிறுவர்களைக் காணும்போது

பத்தாண்டுகளாய் குழந்தைக்காய்

கலங்கும் கவிதா அக்காவும்

சாப்பிட்டாயா எனக்கேட்கக்கூட

ஆளில்லாத்தனிமையில் அன்னையும்

முடிவுகளுக்காய் மூச்சுத்திணறி

கலங்கித்தவிக்கையில் தந்தையும்

அன்பானவரிடத்திலெல்லாமும் நீயுமென

ஏதோவொன்று யாரோ ஒருவரை

நினைவூட்டிக்கொண்டேதான் இருக்கிறது

உடலுக்கு அறுபது விழுக்காடு நீரைப்போலே

மனதிற்கு நூறு விழுக்காடு நினைவுகள்...♥?

அத்தியாயம் 26

முன்போல் எதற்கும்
அலட்டிக்கொள்ளாமல்
இன்ப துன்பமென
எதையும் கொண்டாடாமல்
சலனமில்லாக் குளத்தின்மேல்
அமைதியாய் படுத்துறங்கும் மரநிழலென
மனம் மரத்துப்போக விழைகிறேன்...

அத்தியாயம்27

இழுத்திப்போர்த்திய
குளிர் தூக்கமொன்றில்
இரும்புக்கட்டிலில்
எதேச்சையாய் காலுரச
உடலெங்கும் பரவுகிறது
முன்னதாய் மழைக்கால
பேருந்துப்பயணத்தில்
உன் கால்கொலுசுரசப்பரவிய
காதல்சிலிர்ப்பின் நினைவலைகள்...♥?

அத்தியாயம் 28

மூன்று நாள்
தேநீர் குளம்பி
இயற்கை இசை
ராஜா ரஹ்மான்
மண்வாசம் ஜன்னலோரம்
என கொண்டாடித்தீர்த்துவிட்டு
நான்காம் நாள்
"நின்னு தொலையுதா சனியன்"
என கடிந்துகொள்கிறாள்
மழைதான் பாவம் என்னசெய்யும்...♥?

அத்தியாயம்29

வேலைநிறுத்தம்
உண்ணாவிரம்
ஆர்ப்பாட்டமென
முதலாளிக்கெதிராக
பதாதைகள் ஏந்திய
புரட்சியாளனாகத்தான்
அறியப்பட்டான்
இதய அறுவை சிகிச்சைக்காக
அன்னையை மருத்துவமனையில்
அனுமதித்தாயிற்று எனும் தந்தி
அவன் கை வந்து சேரும் வரையில்

அத்தியாயம்30

கண்டங்கள் தாண்டிய

நம் தூரதேசத்துக்காதலில்

இரவும் பகலும் பொய்க்கிறது

கடல் தன் நிறம் மாற்றுகிறது

நிலவு தன் திசை மாற்றுகிறது

மனிதர்கள் தம் நிறம் மொழி

உணவு உணர்வென எல்லாமும்

மாற்றிக்கொள்கின்றனர்

நம் காதல் மட்டும் ஏன் இன்னமும்

அவ்வண்ணமே உள்ளது சகி...♥?

அத்தியாயம்31

யாசித்துப் பெறப்படும் அன்பு
ஒருபோதும் உங்களுக்கானதல்ல
அவர்களும் உங்களுக்கானவரல்லர்
நலம் வாழட்டுமென விலகிவிடுங்கள்
அன்புக்குரியவர்களின் நல்வாழ்வுக்காக
வேறென்ன செய்துவிட இயலும்
புறக்கணிக்கப்பட்ட ஓர் மனதால்

அத்தியாயம்32

தீதோ நன்றோ
மனதளவிலான
ஒரு தாக்கத்தை
ஓவியன் வரைகிறான்
கவிஞன் எழுதுகிறான்
சிற்பி செதுக்குகிறான்
நானோ கதைக்கிறேன்
உன்னிடம் மட்டுமே கதைக்கிறேன்
அவர்களுக்கான உலகம் கலை எனில்
எனக்கான உலகம் நீ மட்டுமே கண்மணி♥?

அத்தியாயம் 33

மதுவிரட்டும் முயற்சியில்
பனிவிழும் ஓர் அதிகாலையில்
கடற்கரையில் புனித நீராடி
மாலையிட்டுக்கொண்டேன்
இனி எல்லாம் நலமேயென
மூட்டைகட்டி பயணப்படுகையில்
பேருந்தில் ஒலிக்கிறது
''பறவையே எங்கு இருக்கிறாய்''
இப்போது கழுத்துவரைக்குமான
போதையில் தள்ளாடியபடி
நடந்து கொண்டிருக்கிறேன்
மலையுச்சியில் இருக்கும்
கல்லறைத்தோட்டம் நோக்கி...

அத்தியாயம்34

எனைக் கண்டதும்
எவ்வித கேள்வியுமின்றி
ஒரு சிகரெட்டுடன்
ஆவிபறக்க குளம்பி குடுப்பவன்
பச்சையை விட்டுவிட்டு
செவ்விளநீர் வெட்டுபவன்
எங்கேனும் எதிர்ப்படுகையில்
சிறு புன்னகை உதிர்ப்பவன்
எப்பொழுதேனும் என்னிடம்
சாப்பிட்டாயா என வினவுபவன்
ஆம், பிரத்தியேக மெனக்கெடல்கள்
இல்லாதவர்கள் தாம் இப்போது
நண்பர்கள் என்றாகி விடுகின்றனர்
இப்போதல்ல எப்போதும்...♥?

அத்தியாயம்35

உன் ஒருத்தியின்

அருகாமைக்கென ஏங்கி

ஆர்ப்பாட்டம் நிகழ்த்தி

ஓட்டிய வயிற்றிலடித்துப்

போராடும் என் நினைவுகளுக்கு

நம் நல் புகைப்படங்களை

உணவென ஊட்டுகிறேன்

இப்போதைக்கும் எப் போதைக்கும்

வேறென்ன இயன்றிடுமென்னால் சகி...♥?

அத்தியாயம்36

உன்னை நினைவூட்டும்

அத்தனையையும் மிக

நேர்த்தியாய்த் தவிர்த்தும்

உன்னிலே தான்

கட்டுண்டு சுழல்கிறேன்

சேலைநுனிபிடி மழலையென

வாழ்தலின் காரணியே

நீ எனும் பட்சத்தில்

நின் நினைவுகளூட்ட

பிரத்தியேக காரணங்களேதும்

தேவையில்லை கண்மணியே...♥?

அத்தியாயம்37

எதைக்கொண்டு
நிரப்புவதெனத்தெரியா
ஓர் வெற்றிடம்
எப்போதும் உள்ளுக்குள்
உருண்டு திரிகிறது
வாழ்தலைக்குறித்தோ
சாதலைக்குறித்தோ
எதுவெனத் தெரியவில்லை
ஒருபோதும் விரக்தியல்லை
ஆனால் எப்போதும் ஓர் வினா.

அத்தியாயம் 38

கற்பனையிலும்
எண்ணிக்கொள்ளவியலா
நிஜமொன்றுள்ளது
நீயிலா என்
நிகழ்காலமென்பது
எரியூட்டப்பட்ட பிணத்தின்
நிறைவேறா கடைசிக் கனா

அத்தியாயம் 39

யாருமில்லா
ஆலயமொன்றில்
அமைதி வேண்டி
எத்தனிக்கையில்
என்னை அவனும்
அவனை நானும்
பரிதாபம் குறையாமல்
சந்திக்க நேர்ந்தது
அதுவும் சரிதானே
கைவிடப்பட்ட கர்த்தனிடம்
கையேந்த என்னவிருக்கிறது

அத்தியாயம்40

உள்ளங்கைத்தாங்கல்கள்
வேண்டாம்
கோபித்துக்கொண்டாவது
அருகிலிரு
மழைக்கு குடைபிடிக்க
வேண்டாம்
என்னோடு சேர்ந்து
கொஞ்சமாய் நனை
வசந்தமாளிகையெல்லாம்
வேண்டாம்
அலமாரி நிறைய
புத்தகங்கள் கொடு
நீ நீயாகவும்
நான் நானாகவுமே
இருந்துவிடுவோம்
நமக்கிடையே கொஞ்சம்
காதல் மட்டும் இருந்துகொள்ளட்டும்..♥?

அத்தியாயம்41

அதற்குப்பிறகாய்

கிடைக்கும் மீச்சிறு

அதீத அன்பிற்கும்

கரிசனைக்குமாய்

வேண்டி விரும்பியே

அரங்கேற்றப்படுகிறது

சில பல ஊடல்கள்

நீ என்னை கெஞ்சவில்லை

கொஞ்சவில்லை என்பதெல்லாம்

ஒருபோதும் இல்லை

சற்று அதிகமாகத்தான்

கொஞ்சிக்கெஞ்சேன்

என்னவாகிவிடப்போகிறது...♥?

அத்தியாயம்42

வெற்றுக்காகிதம்
வெள்ளைப்பூனை
பாட்டியின் ரவிக்கை
அப்பாவின் வேட்டி
நீலவானுரசி தன்போக்குத்
திரியும் மேகவிளிம்பு
என எங்கிலும் காணக்கிடைக்கா
ஓர் மென் வெண்மையை
பரிசளித்துச் செல்கிறது
இரட்டைப் பற்களை
மட்டுமே கொண்ட மழலை
பரிசுத்த வெண்மை...?

அத்தியாயம்43

நின் நுனிவிரல் கிறுக்கிய

குங்குமக்கீற்று ஓவியமாகட்டும்

காதோரம் குழைந்து கமழ்ந்து

தோள்படரும் கூந்தல் கீற்றுகள்

தங்கத் தூரிகையாகட்டும்

உனை எதைக்கொண்டு

வர்ணிப்பதெனத் தெரியாத நான்

ஒரு கணமேனும் கவிஞனாக

ஆகிக்கொள்கிறேனே கவியே...♥?

அத்தியாயம்44

உதிர்ந்து விழும் இறகு
எப்போதாவது உங்கள்
முகம் தழுவியதுண்டா
உங்களுக்கு அது
ஒரு பறவையின் இழப்பு
எனக்கோ பெரும் பாக்கியம்

அத்தியாயம்45

பிரிவெனும் சாத்தியக்கூறுகள்
துளியேனும் புலப்படாத மனிதர்கள் தாம்
கண்ணிமைக்கும் நேரத்தில் வெட்டி மறையும்
மின்னலென மறைந்துவிடுகின்றனர்.

அத்தியாயம்46

தோள்பைச் சுமையில்லை
இறங்குமிடம் தெளிவில்லை
நினைவுகளை கட்டிக்கொண்டு
மிதந்துவரும் இலைமீதேறி
பயணப்படும் எறும்புபோலாய்
முடிந்தவரை பயணிக்கிறேன்
சேருமிடம் கரையோ கடலோ
காதல் பார்த்துக்கொள்ளட்டும்...♥?

அத்தியாயம்47

மௌனமாகும்
மெல்லவிசும்பும்
குறுஞ்செய்திகளை
அசைபோடும்
புகைப்படங்களை
தழுவிக்கொள்ளும்
குரல்பதிவை
பிடித்தப்பாடலென
மீண்டும் மீண்டுமாய் கேட்கும்
நினைவுகளில் இளைப்பாறும்
மீள்வருகைக்காய் காத்திருக்கும்
அதற்குமேல் இச்சிறு பிரிவு
எனை என்னசெய்துவிடும்
நிலவற்ற இரவுகள் நிரந்தரமில்லவே...♥?

அத்தியாயம் 48

ஓய்ந்து அடங்கிய
மழையின் இறுதித்துளி
இமைப்பொழுது தாமதமாய்
இலையில் தெறிக்கிறது
துளிகனத்தில் கவிழ்ந்த இலை
நதியில் வீழ்கிறது
மழைப்பிறப்பெடுத்த நதி
அருவியில் பாய்கிறது
அமிழ்ந்தெழுந்த இலைக்கு
காத்திருக்கிறது புதுப்பயணம்
யாவருக்கும் எப்போதும்
தேவையாயிருக்கிறது
ஓர் கனமழை
ஓர் கடைசித்துளி

அத்தியாயம் 49

நடைதளர்ந்த ஓர் நன்னாள்

மழைக்கால காலையாய்

இருந்தால் இன்னமும் சுகம்

முதல்சந்திப்பிலான

உன் உள்ளங்கைக்

குளிர்வை உணர்ந்தபடி

எதிரிலுறங்கும் உன்னழகு

முகச்சுருக்கக் கோடுகளில்

காதல் நினைவுகளை

நதியென ஓடவிட்டபடியே

கடல்சேர்ந்து மோட்சமடையக்

கிடைப்பின் அதுவே ஜென்பசாபல்யம்♥?

அத்தியாயம் 50

வெகுநாட்களாய்

திறக்கப்படாத நூலகத்தில்

மூடப்படாத ஜன்னலொன்றுள்ளது

பெருங்காற்று பேரிரைச்சலுடன்

உழ் நுழையும்போதெலாம்

அலமாரிப் புத்தகங்கள்

படபடத்துக்கொள்கின்றன

மேஜைப்புத்தக பக்கங்கள்

சில புரண்டு கொடுக்கின்றன

ரகசிய வாசகனாகிவிட்ட காற்று

இப்போது தென்றலாய் வெளியேறுகிறது♥?

அத்தியாயம்51

கொண்டாட்டங்கள் தகரும்
நொடிப்பொழுதுகள் தான்
எத்தனை கோரமானவை
பேசி தீர்த்துவிடலாம்தான்
தீர்ந்துவிட்டதை பேசி என்னசெய்ய

அத்தியாயம்52

இனி என்னவாகும்

எனக்குழம்புவதில் என்னவாகிடப்போகிறது

கரைந்தோடும் நல் நாட்களைத்தவிர

போதும் வா

நமெக்கேயென

கொண்டாட இந்நாளும்

இந்த காதலும் காத்திருக்கிறது...♥?

அத்தியாயம்53

கொல்லைப்புறம் நின்றிருந்த
அரசமரத்தை கொலைசெய்து
கதவுகட்டளை செதுக்கியது போக
இறுதியாய் ஓர் ஊஞ்சல் செய்திருந்தார்கள்
தென்றல் தழுவிய ஓர் மாலையில்
சிறிதாய் அதில் கண்ணயர நேர்ந்தது
சாலைமறியல் உண்ணாவிரதம் என
காணுமிடமெங்கும் கலவரமும்
ஆர்ப்பாட்டமுமான ஓர் கனவு
முன்னெச்சரிக்கையின்றி இடித்த
வீடுகளுக்கான உரிய நீதிவேண்டி
வீதியெங்கும் பதாகைகள் ஏந்திய பறவைகள்

அத்தியாயம் 54

இரவென்பது சரிவர
அடுக்கப்படாத நூலகம்
படிப்பதற்கு துளியும்
விருப்பமில்லையெனினும்
நினைவடுக்குகளிலிருக்கும்
புத்தகங்கள் ஒன்றன்பின் ஒன்றாக
உங்கள்மேல் சரிந்தபடியே இருக்கும்

அத்தியாயம்55

ஆர்ப்பரித்து வருகிறாய்
கோபங்கள் தாபங்களென
அனைத்தையும் கொட்டுகிறாய்
முரண்டு பிடிக்கிறேன்
முகம் கோணுகிறேன்
சற்று நிதானித்து
ஆசுவாசமடைகிறாய்
அள்ளி அணைத்துக்கொள்கிறாய்
மார்தூக்கி கொஞ்சிக்கொள்கிறாய்
வருவது நானாயிருப்பின்
நீயும் அவ்வாறுதானிருக்கிறாய்
ஆம்
நீ நான் அல்லவே காதல்
நாம்...♥?

அத்தியாயம்56

ஆழ அமிழ்ந்த
இறகும் சருகும்
மீண்டு மேலெழுவது
இறுதிப்புள்ளியில் வழுவிழந்த
சுழலினால் மட்டுமல்ல
பயணப்படவேண்டிய தூரம்
இன்னமும் மீதமிருப்பதால்

அத்தியாயம்57

நடை பழகியாயிற்று

பால்குடி மறந்தியாயிற்று

பள்ளி சேர்ந்துக்கற்று

பாலரலாகிப் பயின்று

அரும்புமீசைமுறுக்கி

இளைஞனாகிவிடலாம்

எனும்பொழுதில்

மீண்டும் தவழத்துவங்குகிறேன்

இந்தக்காதல் இப்படித்தான்

இவள்களும் இப்படித்தான்...♥?

அத்தியாயம்58

பச்சைத்தோகைவிரித்த

மலை வயல் பரப்புகளை

மேலுமாய் அழகுறச்செய்யும்

ஒற்றை வெண்கொக்கு போல

இருபுருவக் கிடைக்கோட்டில்

இவள் செங்குத்தாய் ஓட்டும்

ஒற்றைக் கோபுரப்பொட்டு...♥?

அத்தியாயம்59

நாவறண்டு உமிழ்நீரும்
உடல்நீரும் வற்றிப்போய்
கண்ணீரோடு சேர்த்தே
கவலைகளும் ஆவியாகுமளவு
அழுது புரண்டுவிடு
பின்பு பலமாய் திமிறி எழு
ஆகப்பெரும் வானத்தையும்
மிருதுவான றெக்கை கொண்டு
கடக்கும் பறவையென பயணப்படு
வாழ்தலின் சுவாரசியம் பிடிபடட்டும்...♥?

அத்தியாயம்60

பேச்சுக்கொடுத்தபடி இருந்தவள்
சற்றுநேரத்தில் கண்ணயர்ந்து விட
மின்விசிறியின் முயற்சி தாண்டி
அவள் முகத்தில் முளைத்திருந்த
ஒன்றிரண்டு துளி வியர்வை களைய
சத்தமில்லாமல் சாளரம் திறக்கிறேன்
தென்றலுக்கு பதிலாய் உழ்நுழைந்து
துளிகளை பிரகாசமாக்குறது மதி ஒளி
ஆகப்பெரும் இயற்கைப்பேரொளியை
இவள் குட்டிமூஞ்சிப் பிரகாசம்
சலனமில்லாமல் தோற்கடிப்பதில்
சற்று வருத்தம் தான் எனக்கும்...♥?

அத்தியாயம்61

தலைசாய்த்து உறங்கும்

மழலையின் விழிப்பிற்காய்

எதிரே படுத்திருக்கிறேன்

பிஞ்சிவிரல் காற்றிலசைத்து

மெல்ல விசும்பியபடியே

கண்திறந்து சிரிக்கிறது

குழந்தையின் உலகம்

இனிதே விடிந்துவிட்டது

என் மொத்த உலகும் சுருங்கி

அதன் மின்மினிக்கண்களில்

சிறைபட்டுக்கிடக்கிறது...❤?

அத்தியாயம் 62

முகமாடும் கூந்தல்

நாணச்சிரிப்புகள்

உதட்டுகுவிப்புகள்

போதாக்குறைக்கு

அவ்வப்போது ஒட்டிவிடும்

சிறு நெற்றிப்பொட்டுகள்

நிலைகுலைந்துவிடப்போகிறது

இவள்களின் நிலைக்கண்ணாடிகள்...♥?

அத்தியாயம் 63

உன்னோடான நிமிடங்களை
குறிப்பெடுத்துக் கொள்ளவோ
பத்திரப்படுத்தி வைக்கவோ
எண்ணமில்லை கண்மணி
வாழ்தல் மட்டுமே என் எண்ணம்
உன்னோடான வாழ்தல்...♥?

அத்தியாயம் 64

இசையும்

இரைச்சலும்

ஒருபுறமிருக்க

உயிர் ஊடுருவும்

அசரீரிகள் மட்டும்

அவளிடமிருந்தே...♥?

அத்தியாயம்65

தூரத்தில் சன்னமாக
ஒலிக்கும் பாடலுக்கு
தகிக்கும் தார்ச்சாலையில்
கண்கள்மூடி படுத்தவாறே
கால்களால் தாளமிடுகிறேன்
தலைக்கு சரியில்லையென
கடந்துசெல்கின்றனர் சிலர்
நினைவுகளின் தாலாட்டென
ரசித்துக்கிடக்கிறேன் நான்...♥?

அத்தியாயம் 66

உனக்கே உனக்கென

எதை எழுதச் சொல்கிறாய்

மழைவானம் குளிர் நிலவென

அனைத்தையும் இழுத்து வளைத்து

ஏற்கனவே கவியாக்கியாயிற்று

வெட்டி வீசிய பிறை நகம் முதல்

ஒட்டி வீசிய நெற்றிப்பொட்டு வரை

ஏற்கனவே காவியமாக்கியாயிற்று

மீதமிருப்பது நீயும் நானும் தான்

உன்னுதட்டுச்சாயம் நிரப்பிய

பேனா ஒன்று எடுத்து வா

முழுநீள காதல் நாவலொன்று படைப்போம்....♥

அத்தியாயம்67

ரசித்து திளைத்து
பாவம்கழுவி
புனிதமாகி
புதிதாய்ப்பிறந்து
மூழ்கி
முத்தெடுத்து
மூச்சிறைத்து
மூர்ச்சையாகி
இறந்து
கரைந்து என
கடல்போலவே காதலும்...

அத்தியாயம்68

பொழுதுமயங்கிச்சாயும்ஓர்மாலையில்
மஞ்சளாய்பூத்துக்குலுங்கும்
பூக்கூட்டமொன்றைக்கண்டேன்
திருவிழாக்காலமதில்கம்பங்களில்கட்டப்படும்
கூம்புஒலிபெருக்கிவடிவிலான
மஞ்சள்நிறபூக்கள் அவை
வருடங்கள் ஆகியிருந்ததால்
பூவின்பெயர்நினைவிருக்கவில்லை
ஆனால்அதேபூக்களின்இதழ்களை
ஒருசேர அழுத்திப்பிடித்துநடு
நெற்றியிலே ''டொப்ப்'' என
அடித்துஉடைத்துச் சிரிக்கும்
பள்ளித்தோழி ''மீரா''
என்நினைவடுக்கிலிருந்து
மஞ்சள்ரிப்பனிட்டஇரட்டைச்சடையுடன்
துள்ளிக்குதித்துஎழுந்தாள்
பொன்அரளி, தங்கஅரளி,
மஞ்சள்அரளின ஒவ்வொன்றாக
உடனிருந்தோர் பூவின் பெயர்சொல்ல
''மீராபூ, மஞ்சள்மீராபூ'' எனமுனகியவாறே
இதழ்களைஒருசேரமடக்கிப்பிடித்து

நெற்றியில்அடித்துக்கொண்டேன்
மஞ்சள்காமாலைமட்டும்விட்டுவைத்திருந்தால்
இன்றும்நிலமதிரச்சிரித்திருப்பாள்மஞ்சள்மீரா...?

அத்தியாயம்69

ஒரு தசாப்தம் முன்பு
இருசக்கரத்திற்கு
எரிபொருள் தந்துதவிய
முகமறியாத பெரியவருக்கு
நன்றிகூற மறந்த அவமானத்தை
இன்னமும் சேமித்துவைத்திருந்தேன்
ரோட்டோர மரத்தடியே
அழுதுகொண்டே நின்றிருந்த கிழவியை
கண்டும் காணாதவன் போல் கடந்ததற்காய்
இரவெல்லாம் தூக்கம் தொலைத்துவிட்டு
மறுநாள் காலையிலிருந்து நேற்றுவரை
அதே மரத்தடியில் பார்வையை சுழற்றி
குற்றஉணர்ச்சியை சுமந்துதிரிந்தேன்
உற்ற நண்பன் கேட்டபோதெல்லாம்
கூறமறுத்த என் காதல் ரகசியத்தை
இறுதியாய் ஓர் நெடுங்கடிதமெழுதி
அகால மரணமடைந்திருந்த
அவன் கல்லறைச் சிலுவையின்
அடிவாரத்தில் புதைத்துக் கதறினேன்
தவறவிட்ட அக் கணத்திற்காகவும்
குறுகுறுக்கும் மனதிற்காகவும்
ஓரளவுக்கு மேல் மெனக்கெடுவதில்லை

இப்போதெல்லாம்

எரிபொருள் உலர்ந்து உருளும்

இருசக்கரங்களுக்கு வலிய உதவுகிறேன்

கிழவிகளைக் காணுகையில்

இரண்டு நிமிடம் நலம் விசாரிக்கிறேன்

ரகசியமென எதையும் சுமக்காது

எதிர்ப்படும் அனைவரிடமும் அனைத்தையும்

புலம்பித்திரிகிறேன்

இன்றோ நாளையையோயென்ற

மரணமெனும் புனிதம் நெருங்கிவிடுமுன்

எனக்காகவேனும் மனிதனாகிவிட முயல்கிறேன்...

அத்தியாயம்70

அழகியதொரு மாலையில்
இருபத்தைந்தாமாண்டு
பள்ளிவிழா கலைநிகழ்ச்சிகள்
மேடையேறிக்கொண்டிருந்தது
ஏனோ மனம் லயிக்கவில்லை
கூட்டம்விட்டு வெளியேறி
வகுப்பறையொன்றில் நுழைந்தேன்
பதினைந்தாண்டுகளுக்குமுன்
நான்படித்த அதே வகுப்பறை
பெரிதாய் மாற்றமில்லை
கரும்பலகைக்கு பதிலாக
கரும்பச்சைப்பலகை இருந்தது
கடைசி இருக்கையில்
கண்களைமூடி இளைப்பாற
நினைவுகள்வழி அவள்முகமும்
ஜன்னல்வழி தோட்டத்துத்தென்றலும்
வந்து மனக்கதவைத்தட்டியது
எழுந்து தென்றல் திசைநோக்கி
பின்புற தோட்டத்தில் நுழைந்தேன்
ரம்மியம் குறையாமல் வண்ணமயமாய்
அதே பேரழகுடன் இருந்தது
சற்று முன்னேறிநடந்து

மரமொன்றைக் கண்டறிந்தேன்
அவளின் மிகப்பிரியமான
சப்போட்டா மரம் அது
அவளுக்கென பழம் திருடியதற்காய்
பலமுறை பிரம்படி வாங்கியிருந்தேன்
மீண்டுமாய் மெல்ல முன்னேறி
குளக்கரை வந்தடைந்தேன்
முட்டியளவு நீரில் கால்களைக்கொத்தும்
மீன்கூட்டம் இன்னமும் அப்படியே இருந்தது
இறுதியாகத்தான் எதிரிலிருந்த அந்த
சோற்றுக்கத்தாழை வரப்பைக்கண்டேன்
புதிதாய் முளைத்திருந்த கீற்றுகளில்
சிலபுதிய காதலர்கள் இடம்பெற்றிருந்தனர்
முள்ளொடித்து இலைகீறி காதலி பெயரை
கரகரெவெனக் கிறுக்கிக்கொண்டேன்
பள்ளிக்காதலோ பருவக்காதலோ
மறுதலிப்பில்லாமல் ஏற்றுக்கொள்ளும்
இந்த சோற்றுக்கத்தாழைகள்
சுவையில் கசப்பென்றாலும் எப்போதும்
காதல்செடிகள் இந்த கத்தாழைகள்...❤?

www.ingramcontent.com/pod-product-compliance
Lightning Source LLC
Chambersburg PA
CBHW031323130726
47988CB00007B/2958